நடுத்தெரு நாராயணி

கலைஞர் மு. கருணாநிதி

Title: Nadutheru Narayani

Author: M. Karunanidhi

Language: Tamil

First Published on: 1953

Year of Publication: 2024

Book Format: Paperback

*Page Size: 6inch * 9inch*

Category: Fiction

Subject: Short Novel

No. of pages: 27

ISBN: 978-81-988229-7-0

Published by: Nilan Publishers, Madurai, Tamilnadu, India

பொருளடக்கம்

குறிப்புகளுக்காக

நடுத்தெரு நாராயணி

விடிந்தால் தீபாவளி- இரவு முழுதும் ஊரெங்கும் வாண வேடிக்கைகள். தெருவுக்குத் தெரு- வீட்டுக்கு வீடு - போட்டி போட்டுக் கொண்டு வாணம் கொழுத்தி மகிழ்ந்தனர். சந்தர்ப்ப வாதிகளின் பச்சோந்தி உள் ளம் போல மத்தாப்புகள் பல நிறம் காட்டின.

ஒரு சில அரசியல் தலைவர்களின் போராட்ட அறிவிப்புகள் போல அவுட் வாணங்கள் ஆகாயத்தில் கிளம்பின. ஆனாவுக்கு ஆனா கானாவுக்குக் கானா என்ற விதத்திலே எழுதப்படும் அர்த்தமற்ற அடுக்குச் சொல் வசனம் போல சீன வெடிகள் - ஊசிப்பட்டாசுகள் தங்கள் திறமையைக் காட்டிக் கொண்டன. புதிய ஆடைகளைக் கண்டு பூரிப்புத் தவழ ஓடி ஆடினர் சிறுவர், சிறுமியர். தலைத் தீபா வளிக்கு வந்திருக்கும் தம்பதிகள் உபசாரங்களுக்கும் - கிண்டல் உபத்திரவங்களுக்கு மிடையே - உல்லாசப் பொழுது போக்கினர். ஊரே மகிழ்ச்சியில் ஆழ்ந்திருக்கும் அந்த இரவில், நாராயணி மட்டும் சோகத்தின் நிழலாக தன் வீட்டில் அமர்ந்திருந்தாள். தீபாவளி தமிழரின் திருநாளல்ல; தமிழரின் இறந்த நாளைக் கொண்டாடும் ஆரியப் பண்டிகை. கருத்துக்கு ஒவ்வாத கதை அளப்பு. அதை நமது பண்டிகையாகக் கொண்டாடிக் குதூகலிப்பது குருட்டுக் கொள்கை. ஆகவே, அதில் கலந்து கொள்ளக் கூடாது என்பதல்ல நாராயணியின் எண்ணம்! அவள் அவ்வளவு அறிவு வளர்ச்சி பெற்றவளுமல்ல. போட்டி போட்டுக் கொண்டு புராணக் குட்டை யிலே மூழ்கி எழும் பெண்மணிகளின் வரிசையிலே அவளும் ஒருத்தி தான். ஆயினும் அவள் தீபாவளி கொண் டாடவில்லை.

காதைத் தொடமுயலும் கண்களும், காண்பவரைக் கவரும் விதத்திலே அமைந்த உடற்கட்டும் பெற்ற நாராயணி தன் வீட்டு முகப்பிலே அமர்ந்து, தீபாவளி விழாவில் கலந்து

மகிழும் ஊராரைப் பார்த்துப் பெரு மூச்சு விட்டுக் கொண்டிருந்தாள்.

வீதியிலே கிருஷ்ணன் - சத்ய பாமா விக்ரகம் அலங்கரிக்கப் பட்ட அழகான ரதம் பவனி வந்து கொண்டிருந் த்து. 'வீரன்' கிருஷ்ணன் நரகா சூரனிடம் தோற்று மயங்கும் வேளையிலே, தனது கணைகள் கொண்டு அசுரனை அழித்தாள் பாமா என்பது தானே புராணம். சங்கு சக்ராயுதபாணியான விஷ்ணுவின் அம்சம் பரமாத்மாவே வீழ்ந்துவிட்டபோது - அவரின் தேவி, அசுரசிங் கத்தின் உயிரை அணைத்து விட்டாள் என்றால் ஆச்சரிய மாகத் தானிருக்கும். எக்கணை வீசினாளோ; என்ன வக்கணை பேசினாளோ- எப்படியோ தேவியின் தியாகத் தால் தேவர்களின் எதிரி ஒழிந்தான் என்று திருப்தி கொண்டனர் பக்தர்.

அந்தப் பக்த கோடிகள் பரந்தாமன் பெற்ற வெற்றியைக் கொண்டாடி, அவனையும் அவன் பிராட்டி பாமாவையும் ரதத்திலே வைத்துத் தெரு சுற்றினர். வெற்றியின் சூட்சமும் தெரியாத விளையாட்டுப் பிள்ளைகளும், பரமாத்மாவுக்கு 'ஜே' போட்டனர். ஊர்ப்பிரமுகர்கள் ஊர்வலத்தில் கலந்து கொண்டனர். நாயன வித்துவான்கள் தங்கள் திறமையைப் பொழிந்தனர். வீடெங்குமுள்ள பெண்டிரெல்லாம் ஆயர் பாடி கண்ணனுக்கு ஆராத்தி எடுத்து ஆனந்தப்பட்டனர் ஆடினர் பாடினர்.

ஆனால் நாராயணியோஆடவுமில்லை; ஆராத்தி எடுக்கவுமில்லை; நடக்கும் வைபவங்களைப் பார்த்துக் கொண்டே உட்கார்ந்திருந்தாள். பரமாத்மாவின் ஊர்வலம் அவள் வீட்டைத் தாண்டிப் போயிற்று. அந்த வீட்டிலிருந்து யாராவது வந்து பகவானுக்குக் காணிக்கை செலுத்துவார்கள் என்று பக்தர்கள் எதிர் பார்த்தனர். யாரும் வரவில்லை.

ரதம் போகும் திக்கைச் சிறிது நேரம் பார்த்துக் கொண்டே யிருந்தாள் நாராயணி. ரதத்திலே நரகாசூர வதமே சித்தரிக் கப்பட்டிருந்தது. அந்தக் காட்சியை அவள் கண் கொட்டாமல் பார்த்துக் கொண்டிருந்தாள். மலையெனத் தோள் படைத்த நரகாசூரனின் மார்பிலே ஒரு வேல் பாய்ந்திருக்கிறது. குகையெனத் திறந்த வாயோடு நிற்கிறான் அவன். அவனெதிரே கிருஷ்ணன் மயங்கிய நிலையில்! பாமா வேல்பாய்ச்சும் சாயலில்! இதுவே ரதத்தில் சித்தரிக்கப் பட்டிருந்த தீபாவளிக் காட்சி. அறிவுக்கு அணைகட்டி, இன உணர்ச்சியைத் தடுக்க பெரும் சுவரும் எழுப்பி வைக்கும் அந்தப் பண்டி கையில் தம்மை மறந்து பங்கெடுத்துக் கொண்டு, பரவசமுற்றனர் அந்த ஊரார். நாராயணியின் கண்களை விட்டு ரதம் மறைந்தது. வாணச் சத்தம் அவள் காதைத்துளைத்துக் கொண்டு தானிருந்தது. ரதத்திலே அவள் கண்ட நரகாசூர வதக்காட்சி, அவள் நெஞ்சை விட்டகலவில்லை. நினைவுகள் அலை மோதின.

நடுத்தெருவிலே தான் நாராயணியின் வீடு. நடுத் தெருவிலே வீடுகட்ட நகரசபையார் எப்படி அனுமதித்தார்கள்; நகர சபையாருக்கு நாராயணியின் மீது அவ்வளவு அனுதாபம் விழக் காரணம் என்ன - என்றெல்லாம் யாரும் சந்தேகப் படத் தேவையில்லை. அவள் வீடு இருந்த தெருவுக்குப் பெயரே நடுத்தெருதான்!

நாராயணி நடுத் தெருவிலே, நடுத்தரமான குடும்பத்திலே நாலுபேர் அண்ணன் தம்பிகளுக் கிடையே பிறந்தவள். ஐந்து மக்களையும் விட்டு விட்டுப் பெற்றோர் விடைபெற்றுக் கொண்டனர். மாயூரம் காவேரி யாற்றிலே துலா முழுக்கு ஆடுவதற்காகச் சென்ற சகோதரர்கள் நால்வரும், திரும்பி வராமலே போய்விட்டனர். இளைய தம்பி, ஆற்றுச் சுழலிலே சிக்கிக் கொள்ள, அவனை விடுவிக்க ஒருவர் பின் ஒருவராக மூவரும் குதித்து, அனைவரும் நேரே "மோட்சலோகம்"

போய்விட்டனர், என்ற செய்தி மட்டுமே நாராயணிக்குக் கிடைத்தது.

இந்த சோகச்சுமை அவள் தலையிலே விழும்போது, அவள் பருவக்கொடி! சிற்பியின் கைத்திறனே உயிர் பெற்றது போன்ற சிந்தை கவர் உருவம்! புருவம்- பருவம் - எல்லாமே, ஆண்களின் கர்வமடக்கும் விதத் திலே அமைந்திருந்தன. அழகுச்சிலை! அற்புதப் பதுமை! தேன் மலர்! திராட்சைக்கொடி! ஆனால் அந்த வாச ரோஜா வேலியின்றி - பாதுகாக்க யாருமின்றி - தன்னந் தனியே வாடிக் கொண்டிருந்தது. தந்தை, தாய் அண் ணன் தம்பி - எல்லோரையும் விழுங்கிவிட்டு இந்தப் பாவிக்கு மட்டும் பாழும் உயிரை ஏன் வைத்திருக்கிறாய்? என்று அவள் பகவான் சன்னிதானத்திலே பலமுறை அழுதிருக்கிறாள்.

அப்படி அழுவதற்காக அவள் ஆலயத்திற்குச் செல்லும் போதுதான் குருக்கள் கிருஷ்ணய்யரின் சந்திப்பு ஏற்பட்டது. கோயில் குருக்கள் என்ற போதிலும் மிடுக்கான நடையுடை பாவனைகள் உடையவர். கழுத்திலே அழகான தங்கச் சங்கிலி, அந்தச் சங்கிலியின் முனையிலே ருத்ராட்சக் காய், இடுப்பிலே மயில் கண் வேட்டி, மேலே ஒரு வெண் பட்டுத்துண்டு, பி. ஏ. குடுமியுடன் கூடிய அமெரிக்கன் கிராப்பு - இவைதான் கோயில் குருக்கள் கிருஷ்ணய்யரின் அடையாளங்கள்! மறந்துவிட்டேனே; மன்னிக்கவும் - அன்றாடம் சலவை செய்யப்படும் பூனூல் உண்டு மார்பிலே! விபூதிப் பூச்சு உண்டு; விஷ்ணுவுக்கு விசேஷமான நாட்களிலே நாமமும் போடுவார்; பட்டையாக அல்ல; பக்குவமாக - சிறிய கோடாக - சிங்காரம் கெடாமல்!

வயதோ முப்பதுக்குமேல் இல்லை. இந்த ஒரு முதல் போதாதா; காதல் வியாபாரத்தை ஆரம்பிக்க.

ஐம்பது அறுபது ஆனதுகளே, நரை மயிர் கருக்கும் தைலம் தடவிக் கொண்டு - பொய்ப்பல்லால் புன்னகை புரிந்து - நஷ்டம் வந்தாலும் பரவாயில்லையென்று காதல் வாணிபம் நடாத்த கன்னியரைத் தேடியலையும் போது முப்பதே வயதான கிருஷ்ணய்யர் மட்டும் சும்மா இருப் பாரா? அதுவும் புற வலுவிலே பறந்து வருகிறது- வட்டமிட்டுப் போகிறது என்றால், கேட்கவும் வேண்டுமா?

நாள் தோறும் நாராயணி ஆண்டவன் சன்னதியிலே கண்ணீர்த் துளிகளை சிந்தினாள். கிருஷ்ணய்யர், விபூதிப் பிரசாதம் அளித்து வந்தார். இந்த விஷயம் பல நாட்கள் மௌனமாகத்தான் நடந்து வந்தது. மாலை எப்போது வரும்; அப்போது அந்த மயிலும் வருமே -என்று பாதை மீது பார்வையை விரிக்க ஆரம்பித்தார் கிருஷ்ணய்யர். நாராயணி கடவுளின் முன்னே தினம் தினம் அழவேண்டிய காரணம் என்ன? குருக்களின் இதயத்தைக் குடைந்தது இந்தக் கேள்வி. அவளையே கேட்டுவிடத் தீர்மானித்தார். ஆனால் அவள் வரும் நேரத்திலேதான் அந்தப் பாழும் பக்தகோடிகளும் ஆலயத்திற்கு வருவது வழக்கமாக இருந்தது. தனிமையில் அவளிடம் பேச அவருக்கு வாய்ப்பில்லாமலே போய்விட்டது.

ஒரு நாள்-சோமவாரம்-கோயிலிலே அபிஷேக ஆராதனைகள் அமர்க்களப்பட்டன. நல்லகூட்டம். சேரிகள் வேறு. அந்த ஊர்ப் பெரிய மனிதர் ஒருவர் காங்கிரசிலே சேர்ந்துவிட்டதற்காக நடத்தப்பட்ட திருவிழா அது. கோயிலுக்கு எதிரேயுள்ள காளி மண்டபத்தில் ஆடு வெட்டி பலி கொடுத்து, கள்ளுக் குடங்களும் வைத்துப் படைத்து, காந்தியாரின் கொள்கைக்குப் பெருமை கொடுத்தார்கள். அதையொட்டி பெரிய கோயிலிலும் உயர்ந்த முறையிலே உபயம் நடத்தினார்கள்.

அன்றைய தினம் வழக்கம்போல் நாராயணிவந்தாள். காத்திருந்த அய்யரும் பூத்திருந்த மல்லிகை வந்துவிட்டதென மகிழ்ந்தார். பாரதம் நடக்குமிடத்திலும் - பாட்டுக் கச்சேரி நடக்குமிடத்திலும் பக்தர்கள் தங்கள் கவனத்தைத் திருப்பியிருந்தார்கள். நாராயணியோ கர்பக் கிரகத்திற்குள்ளே நுழைந்தாள். தாமரை மொட்டுபோல் கரங்குவித்தாள். காமனை வெல்லும் விளி மூடினாள். இமை அணையைப் பிளந்துகொண்டு கண்ணீர் வெள்ளம் புறப்பட்டுக் கன்னத்தின் மேட்டிலே கிளைகளாகப் பிரிந்தது. ஆழ்ந்த பக்தியிலே மெய் மறந்து நின்றாள். "எனக்கு வழி காட்டு அப்பனே ! என்னை மட்டும் உலகத்திலே ஜீவித்திருக்க ஏன் விட்டாய்? பெரிய குடும்பத்திலே தனி மரமாய் நின்று தவிக்கிறேன்; இது உனக்கு நியா யந்தானா என்று கதறினாள்.

பிரார்த்தனை முடிந்தது. பிரசாதம் தர அய்யர் வந்தார். விபூதியை வாங்கி நெற்றியிலே இட்டுக் கொண் டாள். திரும்பினாள்.

காய்ந்துபோன தொண்டையைக் கனைத்துக் கொண்டு, அய்யர் ஏதோ பேச வாயெடுத்தார். நாக்கு எழவில்லை. கஷ்டப்பட்டுப் பேசியே விட்டார். நடுக்கத்தோடு! "ஏனம்மா, தினந்தோறும் இப்படிக் கண்ணிலே ஜலம் விடுறே ?"

இதைக் கேட்டதும் நாராயணிக்குத் தூக்கி வாரிப் போட்டது. தானோ, ஒரு பருவ மங்கை. வீட்டைவிட்டு வெளியே கிளம்புவதே தப்பு; கோயிலுக்கு வருவதால் யாறும் குறை சொல்லமாட்டார்கள். ஆனால், அங்கே ஒரு ஆடவரோடு பேசுவது என்பது ஒத்துக்கொள்ளக் கூடிய விஷயமா? இவ்வளவையும் அவள் நினைத்துப் பார்த்து, பதில் சொல்வதா இல்லையா என்ற தீர்மானத் துக்கு வரநேரமில்லை. அவளும் நடுங்கியவாரே, "எல்லாம் என் விதி!" என்று பதில் கூறினாள்.

"நாராயணி! நோக்கு என்ன கஷ்டம்னு நேக்கு நன்னாத் தெரியும் பெத்தவாள், பிறந்தவாள் எல்லாம் போயிட்டா! ஒண்டிக் கட்டையா இருந்து தவிச்சிண்டிருக்கே!" என்று பீடிகைபோட ஆரம்பித்தார் குருக்கள்.

நாராயணிக்கு அழுகை அதிகமாயிற்று. "நான் வருகிறேன் என்று கூறிவிட்டு, கர்பக் கிருகத்தைவிட்டு வெளியேறினாள் அவள்.

ஆண்டவன் தரிசனம் முடிந்ததும், கோயில் பிரகாரத்தைச் சுற்றிவிட்டுப் போவது நாராயணியின் பழக்கம். அவ்வாறே, அன்றும் அவள் பிரகாரத்தைச் சுற்றி வந்து கொண்டிருந்தாள். பிரகாரத்திலே, அப்பிரதக்ஷணமாகச் சுற்றி வந்து கொண்டிருந்த கிருஷ்ணய்யரை அவள் எதிரே கண்டாள். நாணத்தால் தலையைக் குனிந்தவாறு அவரைக் கடந்து செல்ல முயன்றாள். கிருஷ்ணய்யர் சுற்று முற்றும் பார்த்தார். பிரகாரத்தின் பக்கம் யாருமே வரவில்லை. எல்லோருமே கச்சேரி மண்டபங்களில் நிறைந்திருந்தனர். "நாராயணி, நில்!" என்றார் மெதுவாக! நாராயணிக்குக் கால் பெயரவில்லை. நின்று தீரவேண்டியிருந்தது. கிருஷ்ணய்யர் அவள் எதிரே ஓடினார். அவள் கால்களிலே தலை முட்டுமளவுக்கு சாஷ்டாங்கமாக தொண்டனிட்டு வீழ்ந்தார்.

நாராயணிக்கு ஒன்றுமே புரியவில்லை. 'சுவாமி! சுவாமி!! என்று கத்திவிட்டாள்.

"நாராயணி! அடியேனை என்று ரட்சிப்பாய்! தேவி விக்ரகத்தின் முன்னேகூட அடியேன் இப்படி நமஸ்கரித்தது கிடையாது. நீதான் எனக்குத் தேவி ! என்னை ஏற்றுக்கொள்!" என்று மன்றாடி நின்றார்.

"சுவாமி! தாங்கள் தேவ குலம் நானோ" என்று இழுத்தாள் அவள்.

"முற்றும் துறந்த பெரியவாளுக்கு எல்லா குலமும் ஒரே குலந்தான்! நான் ஆண் குலம் - நீ பெண் குலம். வா, இருவரும் காதல் குளத்திலே நீந்துவோம்," என்று கையைப் பிடித்தார் அய்யர்.

"அய்யோ சாமி! ஆண்டவன் கோயில்..." என்று எச்சரித்தாள் நாராயணி.

"அருகில் ஒன்றும், தலையில் ஒன்றும் வைத்திருப்பவர்தானே ஆண்டவன் - இது தெரியாதோ நோக்கு!" என்று அவள் ஜடையைப் பிடித்து விளையாடினார் குருக்கள்.

"அய்யோ, இதெல்லாம் கூடாது- எனக்குப் பிடிக்காது" என்று சொல்லிவிட்டு, தட்டிக் கழித்துவிட எண்ணி வாயைத் திறந்தவள் - ஏனோ தெரியவில்லை; "யாராவது பார்த்து விடுவார்கள்!'' என்று நாணிக் கோணி நகர்ந்தாள். இந்த வார்த்தை போதாதா; அய்யருக்கு!

"எல்லாப் பசங்களும் பரத நாட்டியம் பார்த்துண்டு இருக்கான். ஒருத்தனும் வரமாட்டான்; பயப்படாதே" என்று சொல்லி அய்யர் அவளை எட்டிப் பிடித்தார். அவள் கன்னம் சிவந்தது. அவரது கையிலே தன்னை ஒப்படைத்தாள். திடீரென்று நாராயணிக்கு ஞானோதயம் ஆயிற்று. அய்யரின் கால்களைக் கெட்டியாகப் பிடித்துக்கொண்டு, "சுவாமி, என்னைக் காப்பாற்றுங்கள்! நீங்கள் தான் எனக்குத் துணை?" என்று 'ஓ'வென அலறினாள்.

அய்யர் அவளை வாரியெடுத்துத் தாவியணைத்துத் தைரியம் கூறி வீட்டுக்கு அனுப்பி வைத்தார். அவளும், ஆண்டவன்

அருள் பாலித்துவிட்டான் என்ற நம்பிக்கையோடு வீட்டுக்குப் புறப்பட்டாள். அய்யரும் அந்தத் தையலின் கன்னத்தைச் சுவைத்த உதடுகளைக் கழுவாமலே ஆண்டவனுக்கு அர்ச்சனை மந்திரம் ஜெபிக்கக் கர்பக்கிரகம் நோக்கி விரைந்தார்.

கோயில் பிரகாரத்திலே வாக்களித்த பிரகாரம், அய்யர் நாராயணியை எப்போதும் வைத்துக் காப்பாற்றுகிற அளவுக்கு அவள் வீட்டிற்கே வந்து சேர்ந்தார்.

"கோயில் குருக்களுக்கு அடிச்சுதடா சான்ஸ்! கொய்யாப் பழமாக இருந்தாள் - அவளைக் கொய்து விட்டார் அய்யர். என்ன இருந்தாலும் அனுபவிக்கப் பிறந்த ஜாதியப்பா அது! எத்தனையோ பேர் நத்திக் கிடந்தார்கள்; எல்லோரையும் எட்டி உதைத்துவிட்டு, பூணூல் வலையிலே மாட்டிக் கொண்டது அந்தப் புள்ளிமான்! போகிறான் போ! அவனாவது சுவைக்கட்டும்!'- இளங் காளைகளிடத்திலே, இப்படிப் பொறாமை வடிவத்திலே ஆரம்பமான பேச்சு, விட்டுக் கொடுக்கும் தன்மையிலே முடிவு பெற்றது.

கடவுளின் பக்கத்திலேயிருந்து கடமைகளைச் செய்கிற மனிதர் மிகவும் நல்லவராக இருப்பார்; நம்பியவரைக் கைவிட மாட்டார்; அதிலும் பிராமணர்-புரண்டு பேசமாட்டார்; பொய் கூறுவது பாபமெனக் கருதுவார்; பரமசிவன் பக்கத்திலே பார்வதிபோலத் தன்னையும் அருகே வைத்து ரட்சிப்பார் என்ற நம்பிக்கையிலேதான், நாராயணி, கோயில் குருக்களைத் தன் கணவனாக ஏற்றுக் கொள்ள முடிவு செய்தாள். கோயில் பிரகாரத்திலே - கர்ப்பக்கிரகத்தின் நிழல் பட்டு இருண்டிருந்த இடத்திலே - இதழ்களைப் பரிமாறிக் கொண்டு - திரும்பி இல்லம் வந்த பிறகு, அன்றிரவு முழுதும் தூங்காமல் அவள் யோசித்ததின் முடிவு குருக்களைத் தன் மணாளனாக ஆக்கிக் கொள்வது என்பதுதான்.

"ஏண்டி நாரா, கவலைப்படுறே! நான் பிரமணன்- நீ சூத்திரச்சின்னுதானே பாக்கிறே! பிராமணாளுக்குத் தலைவர் இருக்காரே; எங்க ராஜாஜி - அவர் மகளை காந்தி மகனுக்குக் கொடுக்கலியோ -ஜாதி ஆசாரம் பேசினாளே; என்ன ஆச்சு அது ? அம்பேத்கார்னு ஒரு பறையன் - ஆதித் திராவிடர்னு சொல்லிக்குவா - அவரைக் கல்யாணம் பண்ணிண்டு இருக்கிறது யார் தெரியுமோ? எங்க ஜாதிக்காரி ஒருத்திதான்! ஜாதி ஆச்சாரம் எங்கேடி போச்சு? ருக்மணி அருண்டேல் சமாச்சாரம் தெரியுமோ நோக்கு! அடி அசடு - பித்துக்கோளி! சொல்றதைக் கேளுடி! பயப்படாதே! நான் உன்னைக் கல்யாணம் பண்ணிக்கப்போறேன்"-என்று கிருஷ்ணய் யர் பிரசங்கம் ஒன்றே செய்தார்.

"ஜாதியாரெல்லாம் கல்யாணத்துக்கு வருவார்களா?" என்று கேட்டு வைத்தாள் நாராயணி.

"வரவேண்டாமே - நான் ஜாதியாருக்கு சொல்லப் போறதே இல்லை. நீ என்னோட சாயரக்ஷை கோயிலுக்கு வரவேண்டியது; இதோ வாங்கி வச்சிருக்கேன் மாங்கல்யம்! ஆண்டவனுக்கு நேரா இதை உன் கழுத் திலே கட்டுவேன். நமக்கு மனுஷாள் சாக்ஷி வேண் டாம்! தேவாள் சாக்ஷி போதும் - ஆண்டவாள் சாக்ஷி போதும்! என்ன சொல்றே?" என்று குழைவோடு கேட்டார் குருக்கள்.

மகேசன் சன்னிதானத்திலேயே தனக்குத் தாலி கட்டப் போகிறார் குருக்கள் என்ற செய்தி கேட்டு, நாராயணி குதூகல மடைந்தாள். அவள் கழுத்திலே தாலி மின்னியது. ஊரிலே பேசிக்கொண்டார்கள் கிருஷ்ணய் யர் நாராயணியை வைப்பாக வைத்திருக்கிறார் என்று! அப்படியே பேசியவர்களிடம் அவரும் 'ஆமாம்' போட்டார். இப்படி ஊரார் பேசுவது நாராயணி காதிலேயும் விழுந்தது. அவள் அவரிடம் முறையிட்டாள். 'என்னை உங்கள் 'வைப்பு' என்று சொல்கிறார்கள்' என்று!

"அட பித்து ! 'வைப்பு' என்றால் ஏன் கோபப்பட ணும் ! 'ஒய்ப்' என்ற இங்கிலீஷ் வார்த்தையை சொல்லத் தெரியாமல், அவா 'வைப்' என்று சொல்ரா ! அவ்வளவுதான்!" என்று ஒருபோடு போட்டார் கிருஷ் ணய்யர்.

கணவனே தெய்வம் என்று கருதிக் கிடக்கும் நாராயணியும் அந்தப் பேச்சையெல்லாம் அதிகமாக வளர்த்தாமல் அவரோடு சுமூகமாகவே பழகி வந்தாள்.

திடீரென்று ஒரு நாள், வீட்டுக்கு வந்த அய்யரின் முகத்திலே சோகம் படர்ந்திருப்பதை நாராயணி கண்டாள். காரணம் கேட்டாள், கோயில் வேலையிலிருந்து தர்மகர்த்தா நரசிம்ம நாயுடு தன்னை விலக்கி விட்டார் என்று கூறினார் அய்யர்.

“ஏன்?”” என்று துடித்தாள் நாராயணி.

"ஊரிலேயுள்ள பிராமணர்கள் எல்லாம் மாநாடு கூடினார்களாம். அதிலே நான் கலப்புத் திருமணம் செய்துகொண்டு உன்னோடு வாழ்வதைக் கண்டித்தார்களாம். சூத்திரச்சியோடு வாழுகிறவன், கோயிலிலே சாமியைத் தொட்டுப் பூஜை செய்யக் கூடாது -என்று தர்மகர்த்தாவிடம் வலியுறுத்தினார்களாம். அதனால் தர்ம கர்த்தா என்னை விலக்கி விட்டார்" என்றார் அய்யர்.

இப்படி ஒரு புரட்சிகரமான செய்தியைக் கேள்விப் பட்ட நாராயணி, கிருஷ்ணய்யரைக் கட்டிப் பிடித்தபடி, "பிராமணோத்தமரே! இந்த அனாதைக்காக - உங்கள் ஆச்சார அனுஷ்டானங்களை யெல்லாம்,எதிர்த்து நின்றதோடு இல்லாமல், சமூகத்தையும் துச்சமாக மதித்து, கோயில் வேலையையும் தியாகம் செய்து விடடீர்களே !” என்று கதறினாள்.

'நாராயணி! சிறு பிள்ளை மாதிரி அழுதுண்டு இருக்காதே! உனக்காக நான் எவ்வளவோ செய்திருக்கேன். அது மாதிரி நீ எனக்காக எதுவும் செய்யத் தயாராயிருக்கணும் - அதுதான் எனக்குத் தேவை!" என்று சொல்லியபடி அவள் கூந்தலைக் கோதினார் அய்யர்.

"சுவாமி! தங்களுக்காக உடல் - பொருள் - ஆவி மூன்றையும் தத்தம் செய்யத் தயாராயிருக்கிறேன்" என்று அவரது மடியிலே சாய்ந்து விக்கி விக்கி அழுதாள் அந்த விழியழகி!

'கிருஷ்ணய்யர்-நாராயணி' ஜோடியைப் பார்க்கும் போது; அய்யோ, இந்த யுவதிக்கு இந்த மனிதன் அவ்வளவு பொருத்தமில்லையே' என்று சொல்லத்தான் தோன்றும். 'கிளி மாதிரி இருக்கிறாள் -இவனோ எலி மாதிரி இருக்கிறான்'- என்று விமர்சித்தவர்களும் உண்டு.. 'பேரழகின் பிறப்பிடம் அவள் - இந்தப் பிராமணனோ அவளெதிரே விண்மீனுக்குமுன் மின்மினியாகத் தெரிகிறான்' - இப்படிப் பேசாதாரும் இல்லை. ஆனால், நாராயணியின் கண்களோ, இவைகளுக்கெல்லாம் விதி விலக்கு. அவள் மனக் கண்களுக்கு முன்னே எல்லோருடைய விமர்சனமும் தவிடு பொடியாகி விட்டது.

குலப் பெருமை இழந்தார்-கோயில் குருக்கள் என்ற மதிப்பை இழந்தார் -இவ்வளவும் தனக்காக! தன்னிடம் தந்த வாக்கை நிறைவேற்றுவதற்காக! - என நினைக்கும்போது, நாராயணிக்கு நேரே கிருஷ்ணய்யரின் உருவம் - கிருஷ்ண பகவானின் உருவம்போலவே தோற்றமளித்தது. "கண்ணா, மணி வண்ணா!'' என்று அவள் பாடாததுதான் பாக்கி. அவ்வளவு பக்தியும் பாசமும் புருஷன்மீது ஏற்பட்டுவிட்டது அவளுக்கு.

குஷ்டரோகிக் கணவனைத் தாசியின் வீட்டுக்குத் தூக்கிச் சென்ற நளாயினி - தேவலோகத்து மாதர்கள் கற்பரசிகளாய் இல்லாதபோது, பூலோகத்தில் மட்டும் கற்பரசிகள் இருக்கலாமா? அவர்களை சோதிப்போம்' எனத்தோள் தட்டிப் புறப்பட்டு, நிர்வாணமாக வந்து சோறு பரிமாறச் சொன்ன மும்மூர்த்திகளை குழந்தைகளாக மாற்றி நிர்வாணக் கோலத்தோடு அன்னமிட்ட அனுசூயா -இத்தகைய பத்தினிகளை யெல்லாம் தோற்கடிக்கும் அளவுக்கு பதி சொல் தட்டாத பாவையாக நடந்து கொள்ள வேண்டுமென்று நாராயணி ஆசைப் பட்டாள்.

"கோயில் வேலையிலிருந்து நீக்கப்பட்ட இரண்டு நாட்களுக்குப் பிறகு, ஒரு நாள் இரவு கிருஷ்ணய்யர் அவசர அவசரமாக வீட்டுக்கு ஓடி வந்தார். அவரது உடலெங்கும் வியர்வைத் துளிகள். மேல் மூச்சுக் கீழ் மூச்சு வாங் கியபடி" நாராயணி! நாராயணி!" என்று அலறினார்.

அவளோ "என்ன? என்ன? என்று கேட்டபடி, சின்ன இடை நெளிய ஓடி வந்தாள் பள்ளியறையிலிருந்து!

அய்யர் பிரக்ஞையற்ற நிலையில் நின்று கோண்டு பிதற்றினார்.

"நாராயணி! நோக்காக நான் எவ்வளவு தியாகம் செய்திருக்கேன்?"

"ஆமாம்; அதற்கென்ன இப்போது?"

"ஞாபகமிருக்கா? நேக்காக நீ உடல் - பொருள்- ஆவி மூன்றையும் தியாகம் செய்வேன்னு சொன்னியே!"

'ஆமாம் சொன்னேன் இப்போதும் சொல்கிறேன்!''

"நாராயணி ஆபத்து வந்து விட்டதடி! நீ, ஆவியையும் பொருளையும் தியாகம் செய்யத் தேவையில்லை. உடலை மட்டும் தியாகம் செய் போதும்!"

"என்ன சொல்கிறீர்கள் சுவாமி?"

"ஆமாண்டி கண்ணே! என் உயிரைக் காப்பாற்ற வேணும்னா, நீ உன் உடலைத் தியாகம் செய்யத்தான் வேணும்!''

"புரியவில்லையே!..."

"தர்மகர்த்தா நரசிம்ம நாயுடு இருக்காரே; அவருக்கு உன் உடலை..."

அய்யர் வாய்மூடவில்லை. அதற்குள் நாராயணி மயக்கமுற்றுக் கீழே சாய்ந்தாள்.

நாராயணிக்குப் பிரக்ஞை வந்தபோதுதான் கட்டிலிலே படுக்க வைக்கப்பட்டிருப்பதை உணர்ந்தாள். தன்னுடைய நெற்றியை மெதுவாகத் தடவிக் கொடுத்துக் கொண்டிருந்த கைகளைத் தனது கைகளால் வெறுப்போடு நகர்த்தினாள். அப்படி அவள் நகர்த்தும்போது, கண்களை அகல விரித்துப் பார்த்தாள். அவளருகே சாய்ந்தபடி அமர்ந்திருந்தது கிருஷ்ணய்யர் அல்ல.

கிருஷ்ணய்யரைவிட அழகான ஒரு மனிதர். நல்ல தேகக் கட்டுப் படைத்த வாலிபர். முறுக்கிவிடப்பட்ட இள மீசைகள் அவரது முகத்தின் கம்பீரத்தை அதிகப் படுத்திக் காட்டிக் கொண்டிருந்தது. பரந்த மார்பகமும், அதை மூடியிருக்கும்

பட்டுச் சொக்காயும், பார்ப்பவரைக் கவரத் தக்க விதத்திலே அமைந்திருந்தன. நெற்றியிலே லேசான நாமம் - சிகப்புக்கோடு மட்டும்! அவர் நார யணியை உற்றுப் பார்த்தபடி அமர்ந்திருந்தார். அவரைக் கண்ட நாராயணிக்குப் பேச வாயெழவில்லை. எழுந்தோடுவதற்கும் சக்தியற்றுப் போனாள். ஏதோ சொல்ல நினைத்தாள். வாய் குழறிற்று.

"நீங்கள்..? நீங்கள்.... ?"-என்று மட்டுமே அவளால் கேட்க முடிந்தது. அப்படிக் கேட்டுக்கொண்டே யிருந்தாள்.

"நான்தான் தர்மகர்த்தா நரசிம்ம நாயுடு" என்று கூறியவாறு, நாயுடு அவளை இருகத் தழுவிக் கொண் டார்.

நாராயணி, அவரிடமிருந்து விலகிக்கொண்டு, "அய்யோ தெய்வமே! இது உனக்கு அடுக்குமா?" என்று கதறினாள். தெய்வம் அப்போது என்ன வேலையாக எங்கே போயிருந்ததோ; தன் பிரதிநிதியாக 'காமனை' அனுப்பி யிருந்தது போலும்! அவனும் நரசிம்ம நாயுடு பக்கம் சேர்ந்துகொண்டு தூபம் போட ஆரம்பித் தான்.

"கண்ணே நாராயணி! என் பேச்சைக் கேளடி ; பெண் தெய்வமே! என்று நாயுடு அவள் அழகின் முன்னே மண்டியிட்டார். "என் கணவர்தான் இது போன்ற இழி தொழிலுக்கு இசைந்தார் என்றால், கோயில் தர்மகர்த்தாவாகிய தாங்களும் பாவச் செயல் புரியலாமா?" எனக் கண்ணீர் வடித்தபடி தர்மகர்த்தாவின் கால்களைக் கெட்டியாகப் பிடித்துக் கொண்டு துடித் தாள் நாராயணி.

"பாபம், புண்ணியம் எல்லாம் எனக்குத் தெரியாது நாராயணி அதைப்பற்றியெல்லாம் உன்னிடம் உபதேசம் கேட்கத் தேவையில்லை. வாரம் ஒரு முறை எது தவறினாலும், கோயிலிலே வாரியாரின் உபதேசம் தவறுவதில்லை. அதை

வரி பிசகாமல் என் காதால் கேட்டுக் கொண்டுதான் வருகிறேன்" என சிரித்தபடி அவளை வாரியணைத்தார் நாயுடு!

அவரது வாலிபம் துள்ளும் வலிமை மிக்க கரங் களிலே நாராயணியின் மெல்லிய இடை சிக்குண்டு நெளிந்தது; வளைந்தது, துவண்டது !

அந்தப் பலமான அணைப்பிலே சிக்கியபடியே நாராயணி அவரைப் பார்த்துப் பேசினாள். இருவருடைய முகங்களும் ஒன்றுக்கொன்று வெகு அருகாமையிலே தானிருந்தன. அவள் ஆத்திரத்தோடு கேட்டாள். "நீங்கள் செவி மடுக்கும் உபன்யாசங்களிலே இப்படித்தான் இன்னொருத்தன் மனைவியிடம் இன்பப் பிச்சை கேட்கச் சொல்லுகிறார்களோ?" என்று!

"ஆமாம் கண்ணே ஆமாம்! சாம்பல் பூசிய சிவனை, தன் மனைவியோடு சரஸ சல்லாபத்திற்கு அனுப்பிய இயற்பகை நாயனார் புராண காலட்க்ஷேபம்-இன்று காலையிலே தான் ஆயிரக்கால் மண்டபத்திலே அதி விமரிசையாக நடைபெற்றது." எனக் கூறியபடி அவள் முகத்தோடு தன் முகத்தைப் பொருத்த முனைந்தார். அவரிடமிருந்து எப்படியும் விடுபடவேண்டும் என்ற வேச உணர்ச்சியோடு அவரை ஒரே தள்ளாகக் கீழே தள்ளி விட்டு சுவரின் பக்கம் போய் ஒதுங்கி நின்று விம்மியழத் தொடங்கினாள் அவள்.

நாயுடுவுக்குக் கோபம் பிறந்தது. "நாராயணீ ! இதனால் எனக்கொன்றும் நஷ்டமில்லை. நாளைக்கு உன் புருஷன் கையிலே காப்புப் போட்டுக்கொண்டு வீதியிலே போவான். அதைப் பார்க்க வேண்டுமென்ற ஆசையிருந்தால் உன் இஷ்டப்படியே நட!" என்று கூறிவிட்டு நாயுடு அறையைவிட்டு வெளியேறினார்.

நாராயணி சிலைபோல் நின்று கொண்டிருந்தாள்.

கிருஷ்ணய்யர் அவளை நோக்கி வேகமாக ஓடிவந்தார்.

"அடிபாவி! என்னை மோசம் செய்துவிட்டாயே!'" என்று அவள் கையைப் பிடித்துக்கொண்டு அலறினார். நாராயணிக்கு அவரோடு பேசமனமில்லை. பேசாமல் கட்டிலே உட்கார்ந்துகொண்டு கிருஷ்ணய்யரை எரித்து விடுவதுபோல் பார்த்தாள்.

"ஏண்டி,இப்படி என்னைப் பார்க்கிறே? என்னை ஜெயிலில் போடறதுக்கு நீயும் தீர்மானிச்சுட்டியா?"

கிருஷ்ணய்யர் பரிதாபமாகக் கேட்டார். நாராயணி பேசாமலிருக்கவே, மீண்டும் அவரே பேச்சைத் தொடர்ந்தார்.

"அடி என் கண்ணு! என் நிலைமை நோக்குத் தெரி யாதுடி! கைக்கு விலங்கு காத்துண்டு இருக்கடி !.......

கோயிலில் அம்மன் தாலியையும் - மூல விக்ரகத்து தங்கக் கவசத்தையும் நான் திருடிவிட்டேன்னு பேரு கட்டி விட்டானுங்கடி! வித்த இடத்திலே, அந்த வாங்கின பயலுகளும் என்னைக் காட்டிக் கொடுத்து விட்டானுங்கடி! இப்ப என்னடி பண்றது! தர்மாகர்த்தா தயவு இல்லேன்னா தலை தப்பாதுடி. தலை தப்பாது."

நாராயணி அழுது கொண்டிருந்தாளே தவிரப் பேச வில்லை. அவளது நெஞ்சிலே எத்தனையோ குமுரல்கள்!

கொழுந்துவிட்டெறியும் தீ ஜூவாலையைப்போல இருந்தன அவள் கண்கள்.

"எனக்காக இந்த தியாகம் பண்ணுடி! இது ஒண்ணும் பெரிய குற்றமில்லேடி. தர்மகர்த்தா நரசிம்மலு நாயுடு நல்ல மனுஷன் எனக்கு சகோதரன் மாதிரி! அவன் மனசு வைச்சாத்தான் என்னைக் காப்பாத்த முடி யும். ஒரு குல ஸ்திரீ. அஞ்சுபேர்வரை ஆடவாளிடம் தொடர்பு வச்சிக்கலாம்னு நம்ம பாரதமே சொல்லுதடி! கேளுடி என் பிராண நாயகி -பத்து வருஷம், பதினைந்து வருஷம்னு என்னைச் ஜெயில்ல போட்டுட்டா - அப்ப கவலைப்பட்டுகிட்டுதானே இருப்ப - அந்தக் கவலையில்லாமே ரெண்டுபேரும் சந்தோஷமாயிருக்க சம்மதம் கொடடி!"

அய்யர் கொஞ்சினார். நாராயணியின் மௌனம் நீடித்தது. அய்யருக்கு சிறிது நம்பிக்கை பிறந்தது. நாராயணி தனக்காகத் தன்னைத் தியாகம் செய்யத் தீர் மானித்து விட்டதாகக் கருதினார்.

'அவர் எங்கும் போய்விடவில்லை. அடுத்த அறையிலேதான் இருக்கிறார். இப்போதே வரச் சொல்றேண்டி - மறுபடியும் அவரை விரட்டாதே!" என்று கூறியபடி கிருஷ்ணய்யர் வெளியே ஓடினார்.

நாராயணி கண்ணீரைத் துடைத்துக் கொண்டாள். ஏதோ ஒரு முடிவோடு எழுந்து நின்று நாயுடுவின் வரவை எதிர் நோக்கினாள். நாயுடுவும் ஆவலோடு உள்ளே நுழைந்தார். நாராயணி அவர் முகத்தை ஏக் கத்தோடு பார்த்தாள்.

"வந்துவிட்டேன் நாராயணி! நான் எங்கும் போக வில்லை. பக்கத்து அறையிலேதான் இருந்தேன். நீ என் உறுதியைச் சோதிப்பதற்காகவே பிடிவாதம் செய் தாய் என்பதைப் புரிந்து கொண்டேன்" என்று பல்லை இளித்தபடி அவளது பக்கம் வந்து நின்றார் நாயுடு. அவர் பேசி முடிப்பதற்குள்ளாக

நாராயணி அவரது கைகளைப் பிடித்துக்கொண்டு. என்னை எப்போதும் வைத்துக் காப்பாற்றுவீர்களா?" என்று திடீரெனக் கேட்டுவிட்டு தேம்பி அழுதாள்.

இதுபோன்ற வார்த்தை அவளிடமிருந்து வெளியாகும் என எதிர்பார்க்காத நாயுடுவும் திடுக்கிட்டார்.

"உண்மையாகவே கேட்கிறேன் - என்னை உங்களிடம் ஒப்படைத்தவனை இன்று முதல் புருஷன் என்கிற நிலையிலே வைத்து நான் பூஜிக்கப்போவதில்லை. இனி நீங்கள் தான் எனக்குக் கதி ! நீங்கள் தான் எனக்குப் பதி! நான் உங்களுக்கு மனைவியாக இருக்கும் பாக்கியம் பெற்றவள் அல்லதான்! ஆனாலும்,உங்கள் அடிமையாக இருக்கிறேன். மீண்டும் அந்தப் பாவியின் கையிலே ஒப்புவிக்காமல் இருப்பதாக எனக்கு வாக்குக் கொடுங்கள்."

நாராயணியின் கோரிக்கை எதுவாக இருந்தாலும் நிறைவேற்றுவேன் என்று சொல்லித் தீரவேண்டிய நேரம் அது! அதனால் நாயுடு தலையசைத்தார்.

"துண்டுக் கரும்பு கேட்டவனிடம் - தோட்டத்தையே எடுத்துக்கொள் என்பதுபோல் இருக்கிறது நாராயணி உன் பேச்சு!" என்றார். பிறகு வென்றார். கிருஷ்ணய்யர் மறுபடியும் கோயில் குருக்களானார். திருட்டுப்போன நகைகளைப் பற்றி சரியான புலன் கிடைக்கவில்லை யென்று போலீசாரும் அறிவித்துவிட்டனர். காலை முதல் அர்த்த ஜாமப் பூஜைவரையிலே கிருஷ்ணய்யருக்குக் கோயிலிலே வேலைதான். இரவு இரண்டு மணி வரையில் தினந்தோறும் பக்தர்களுக்குப் பிரசங்கம் செய்வார். அதற்குமேல் கோயில் மண்டபத்திலேயே படுக்கை உரக்கம் எல்லாம்! நாயுடுவுக்கும் நாராயணிக்கும் ஒரு குழந்தை பிறந்து, பிறந்த நாலாம் நாள் நல்ல வேளையாக அது இறந்துவிட்டது. அது உயிரோடு

இருந்திருந்தால் ஒரு வேளை நாயுடுவின் தொடர்பு அறந்திருக்கலாம். நாராயணி, கிருஷ்ணய்யர் என்று தனக்கு ஒரு நாயகன் இருந்ததையே மறந்து விட்டாள்.

தர்மகர்த்தா ஒரு நாள் ஊரில் இல்லை என்ற செய்தி கிருஷ்ணய்யர் காதுக்கு எட்டியது. நகரசபைத் தலைவர் தேர்தலுக்காக ஏழெட்டு உறுப்பினர்களை விலைக்கு வாங்கி எங்கோயோ ஒரு கடாரம்பத்திற்கு ஓட்டிக் கொண்டு போய்விட்டார் என்றும் திரும்ப இரண்டு நாட்கள் ஆகும் என்றும் அய்யர் கேள்விப்பட்டார்.

நாராயணியைப் பற்றிய பழைய நினைவுகள் அய்யரைக் குடைந்தன. நாராயணியை நாயுடுவிடம் அற்பணிக்காமல், ஜெயிலுக்கே போயிருந்தாலும் பரவாயில்லையே; ஜெயில் என்ன இந்தக் கோயில் மண்டபத்தை விடவா மோசமாக இருக்கப் போகிறது- என்று தனக்குத் தானே வருந்திக் கொண்டிருந்த ஐயருக்கு. எப்படியும் நாராயணியை ஒரு முறை சந்தித்துவிடவேண்டு மென்ற ஆசை பிறந்தது. அந்த ஆசையை நிறைவேற்றிக் கொள்ள தக்க சமயம் கிடைத்ததாக எண்ணிப் புறப்பட்டார்.

நாராயணி வீட்டுக் கதவைத் தட்டினார். நாயுடு தான் வந்து விட்டார் என்ற நினைவில் அவளும் கதவைத் திறந்தாள். அய்யர் எதிரே நின்றார். நாராயணி அவரை உடனே வெளியேறுமாறு கட்டளையிட்டுத் தன் அறைப் பக்கம் போனாள். அய்யரும் அவளைத் தொடர்ந் தார்.

"மரியாதையாகப் பாதையாகப் போய்விடுவது நல்லது !" என எச்சரித்தாள் அவள். அய்யர் கெஞ்சினார்.

"அன்றொரு நாள் கோயிலிலே முதன் முதலில் சந்தித்துச் கொஞ்சினீரே; அந்த நாராயணியல்ல இவள் ! நாயுடு

மனைவி- தர்மகர்த்தா நரசிம்மரின் உடமை !" என கர்சித்தாள் அவள்.

என்ன இருந்தாலும் நீ என் மனைவியல்லவா?"- அய்யரின் பசிக்கு எப்படியும் அவளை இரையாக்கித் தீர வேண்டும். அவளோ, எரிமலையாக இருந்தாள். அய்யரைச் சுட்டெரித்துவிடும் நெருப்புக் குண்டங்களாகக் காட்சியளித்தன அவள் விழிகள்.

"முடியுமா முடியாதா நாராயணி?" - முரட்டுத் தனமாக அவளது கரங்களை இழுத்த அய்யரின் கன்னத்திலே நாராயணி பளார் என அறைந்தாள்.

"அடி விபசாரி ! உனக்கு இவ்வுளவு கொழுப்பா?" எனக் குதித்தார் அய்யர்.

"நான் விபசாரிதான் அய்யரே; விபசாரிதான்! உம்மைப்போன்ற மனைவியை விறகும் அரிச்சந்திரர்களின் மத்தியிலே என்னைப் போன்றவர்கள் எப்படி கற்போடு வாழமுடியும் ?" நாராயணி பெருங்கூச்சலிட்டுப் பேசினாள்.

"பத்து வருட சிறைவாசம்! அதைத் தாங்க உம் மால் முடியவில்லை ! பத்தினியின் உடலை விற்றீர்! பகற் கொள்ளைக்காரனைப்போல, பகவானின் சொத்தைத் திருடி, மனைவியைப் பரத்தையாக்கி மானத்தை இழந்து உயிரைக் காப்பாற்றிக்கொண்ட உமக்கு என்னை மனைவி என்று அழைக்க உரிமை வாழ்கிறதோ? தூ ! வெட்கங்கெட்ட மனிதரே! போமய்யா போம்! உமது பித்தலாட்டங்களைப் பிரசங்கம் என்று போற்ற பக்தர்கள் இருக்கிறார்கள். அவர்களிடம் போம் !'.

விரல் நீட்டித் தெருவழியைக் காட்டி நின்றாள் நாராயணி. அய்யரோ அவளை விடுவதாயில்லை. எப்படியும் அன்றைய தாகத்தைத் தணித்துச் செல்லவே விரும்பினார்.

எதிரே நிற்பது ஏதோ ஒரு மண் பதுமை என்ற எண்ணம்தான் இருந்தது நாராயணிக்கு!

அய்யர் அவளைத் தழுவிக் கொண்டார். 'தப்பமுடியாது நீ!" என்று கரகரத்த குரலிலே கத்தினார். நாராயணிக்கும் அவருக்கும் சிறிது நேரம் கடும் போராட்டமே நடைபெற்றது. எப்படியும் விடுபடமுடியாது எனக் கண்ட நாராயணிக்கு திடீரென ஒரு யோசனை - நாயுடு மேசையிலே ஒழித்து வைத்திருக்கும் கைத்துப்பாக்கி !" ஓடிப்போய் மேசையைத் திறந்தாள். துப்பாக்கியை எடுத்தாள்

"டுமீல்! டுமீல்!" என ஒலி கிளம்பிற்று.

"அய்யோ! அய்யோ '' என்று அலறல்.

நாராயணி திகைத்தாள். அது அய்யரின் குரல் அல்ல நாயுடுவின் குரல்தான். ஓடிப் போய்ப் பார்த்தாள். நாயுடு அறை வாயிற்படியிலே சுருண்டு கிடந்தார். அய்யரோ எந்த ஆபத்துமின்றி கட்டிலுக்கடியிலே ஒழிந்திருந்தார்.

நாயுடுவைக் கொன்று விட்ட நாராயணி அவர்மீது விழுந்து புலம்பினாள்.

நகரசபைத் தலைவர் தேர்தலைப் பற்றிய கவலையைக் கூட ஒதுக்கி வைத்துவிட்டு, அதற்குள் ஒருமுறை நாராயணியைப் பார்க்க ஓடி வந்த நரசிம்மநாயுடு எதிர் பாராத வகையிலே நாராயணியாலே சுட்டுக் கொல்லப் பட்டார்: ஆனால்

போலீசார் அப்படி வழக்கு பதிவு செய்யவில்லை. அவர்கள் அய்யரை வீரராக்கிவிட்டார் கள். கட்டிலுக்கடியிலே ஒளிந்து மயங்கிக் கிடந்த அய்யர்தான் நரசிம்மநாயுடுவை சுட்டுக்கொன்று வஞ்சம் தீர்த்துக்கொண்டார் என்று தீர்ப்புக் கூறப்பட்டது.

ஆயுள் தண்டனை ! அந்த மட்டில் ஆண்டவன் நாராயணியின் துப்பாக்கி முனையிலிருந்தும், நீதிமன்றத்தின் தூக்குத் தண்டனையிலிருந்தும் தன்னை விடுவித்தானே என்ற மகிழ்ச்சி அய்யருக்கு! நாராயணியோ, அனாதையானாள். அய்யரோடு குடும்பம் நடத்திய வரையில் "நாராயணி அம்மாமி !" என்று ஊரார் அவளை அழைத்தனர். நரசிம்மநாயுடு பிரவேசித்த பிறகு, 'மிஸஸ் நாயுடு' என்று ஊர் கூறியது. இப்போது அவள், நடுத்தெரு நாராயணி ஆகிவிட்டாள். முன்பெல்லாம், நடுத்தெரு நாராயணி என்றால் அவள் இருக்கும் தெருவைக் குறிக்கும் - இப்போதோ? ...... நடுத்தெருவுக்கு அர்த்தமே வேறு!

என்னதான் நாராயணியின் வாழ்க்கை கெட்டுவிட்டாலும் அவளது மனதிலே நரசிம்ம நாயுடுக்கு நல்ல தோர் இடமுண்டு. அற்ப புத்திக்கார அய்யரைக் கொல்லப்போய் ஆசை நாயகனையல்லவா கொன்று விட்டாள்.

அவசரத்தாலும்--ஆவேசத்தாலும்! பாமாவினால் கொல்லப்பட்டதாக சித்தரிக்கப்பட்ட நரகாசுர வதைப் படல ஊர்வல ரதத்தைப் பார்க்கும்போது அவளுக்கு, தான் செய்த கொலைதான் ஞாபகத்திற்கு வருகிறது. அதனால் தான் தீபாவளி தினத்திலே அவள் அப்படி சோகமாக அமர்ந்திருந்தாள் போலும்.

★★★

9 788198 82297